Kinyonga wa Ajabu!
The Amazing Chameleon!

Written and Illustrated by

Nadia Hammond

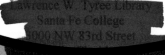

Printed in the United States of America
Published by Maisha Publishing

Maisha Publishing

www.maishapublishing.com

This Book Belongs to:

_____

Introduction

Most names of colors in Swahili tend to relate to things in nature or objects.

For example, the color green in Swahili is called; Kijani (key-ja-nee), this is derived from the word Majani (Ma-ja-nee) which translates to leaves in English.

In fact, when speaking Swahili it is best to use natural objects to refer or relate to what you are saying when describing a color.

Enjoy the Amazing Chameleon story!

In Swahili:

Umemuona Kinyonga? Anayo rangi ya <u>zambarau</u> Kama rangi ya jwisi ya zabibu!

Eh! Ananishangaza huyu Kinyonga!

Zambarau [Zam-ba-ra-oo] Purple

In English

Have you seen the Chameleon? His color is as purple as grape juice.

Wow! This Chameleon is amazing!

Huyu Kinyonga ni wa ajabu kweli! Mbona kabadilika ghafla kua rangi ya Kijani kama majani?

Kijani [Key-ja-nee]
Green

This is a very strange chameleon! Have you seen how he suddenly changed his color to green like leaves?

Si amini macho yangu! Huyu Kinyonga kabadilika kua rangi ya Kijivu kama majivu!

Kijivu [Key-jee-voo]
Grey

I can't believe my eyes! This chameleon has changed his color again, and now he's grey like ashes!

Eh bwana we! Mara Kabadilika Kua rangi ya Buluu Kama bahari!

Buluu [Boo-loo-oo]
Blue

Goodness me! All of a sudden the chameleon changed his color to blue like the ocean!

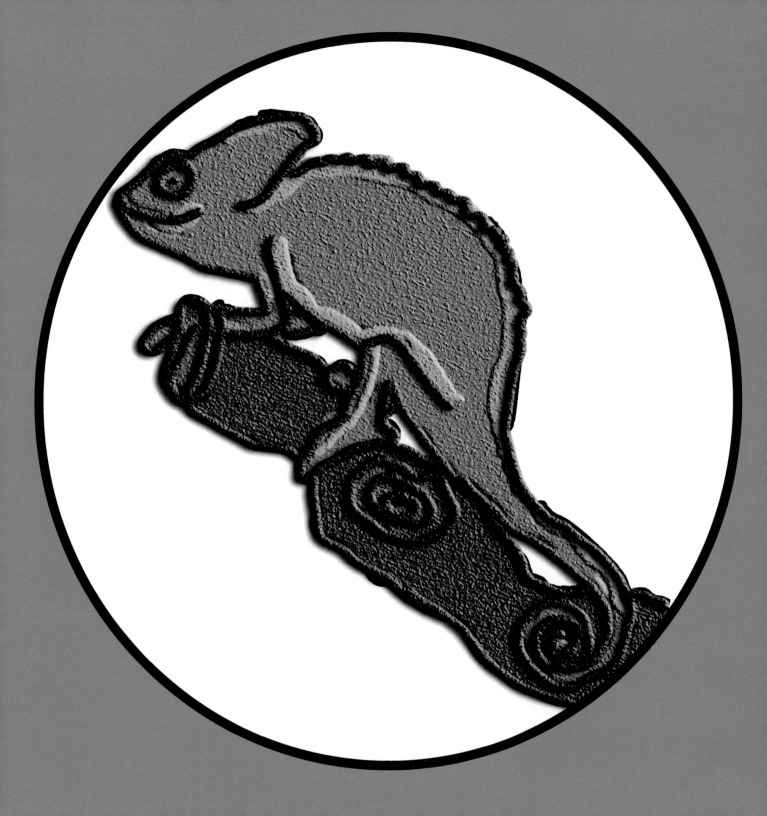

Mama we! Nimen'gatwa na Kinyonga!
Nilidhanani ni Nyanya Kumbe ni huyu Kinyonga
Kabadilika Kua rangi nyekundu Kama Nyanya.

Nyekundu [N-ye-koo-n-doo]
Red

Ouch! The Chameleon bit me! I thought it was a tomato and was about to take a bite, but it is the Chameleon. He changed his color to red like tomatoes.

Kabla sijaanza Kuandika barua niliruka Kutoka Kwenye Kiti changu, Kwani huyu Kinyonga alinishtua. Sikumuona Kabadilika Kua rangi nyeupe Kama Karatasi!

Nyeupe [N-ye-oo-peh]
White

As I was getting ready to write a letter, I jumped out of my chair in shock! The Chameleon frightened me, because I did not see him. He turned his color to white as paper!

Hiyo rangi ya Njano aliyo badili Kinyonga, ina choma macho yangu Kwa Kung'ara Kama jua.

Njano [N-ja-no]
Yellow

Do you see how this chameleon turned his color to a bright yellow? His color is as bright as the sun, and my eyes are burning from looking at him!

Eh huyu Kinyonga ilibaki Kidogo nipige mweleka, Kwani sikumuona Kwenye udongo hapo nilipo pitia. Rangi yake imebadilika Kua <u>hudhuruni</u> Kama udongo!

Hudhuruni [Who-thoo-roo-nee]
Brown

I almost tripped over this chameleon while I was walking! He changed his color into brown, and he was the same color as the dirt!

Sikujua kwamba huyu kinyonga alikua kajificha kwenye mkaa, kwani rangi yake <u>nyeusi</u> ilifanana na mkaa.

Nyeusi [N-ye-oo-see]
Black

I had no idea this chameleon was hiding on a piece of charcoal. He changed his color to black, and blended in the charcoal perfectly!

Mbona hili chungwa lina sogea? Aha! Kumbe ni huyu Kinyonga Kajigeuza Kua rangi ya <u>Chungwa</u>.

Chungwa [Choo-ng-wa]
Orange

How come this orange is moving? Oh! It's the Chameleon who turned his color to look like an orange.

Nilidhani ni ua Kidogo nilichume, Kumbe ni Kinyonga Kafanana na ua Kwa rangi yake ya <u>waridi</u>!

Eh! Ananishangaza kweli huyu Kinyonga!

Waridi [Wa-ree-dee] Pink

I almost picked up a beautiful flower. Then I realized it's not a flower but the chameleon! He changed his color again to be pink like a rose!

Wow! This Chameleon is trully amazing!

In Swahili

Kweli huyu Kinyonga ni waajabu. Umemuona anavyo badilisha rangi? **Je kwanini Kinyonga anapenda kubadilisha rangi tofauti?**

Vinyonga hubadilisha rangi kwa sababu nyingi. Kinyonga hubadilisha rangi kuonyesha hisia zake kwa vinyonga wengine, pia hubadilisha rangi kutokana na hali ya hewa na ili kujificha.

In English

Truly this Chameleon is amazing! **But why does the Chameleon change colors?**

Chameleons change their colors for many reasons. Some of the reasons are to communicate, and to express their feelings towards other chameleons. They also change colors due to temperature and, most importantly for camouflage.

Swahili to English color translation

Zambarau [Zam-ba-ra-oo]   -   Purple

Kijani [Key-ja-nee]   -   Green

Kijivu [Key-jee-voo]   -   Grey

Buluu [Boo-loo-oo]   -   Blue

Nyekundu [N-ye-koo-n-doo]   -   Red

Nyeupe [N-ye-oo-peh]   -   White

Njano [N-ja-no]   -   Yellow

Hudhuruni [Who-thoo-roo-nee]   -   Brown

Nyeusi [N-ye-oo-see]   -   Black

Chungwa [Choo-ng-wa]   -   Orange

Waridi [Wa-ree-dee]   -   Pink

Extra colors:
Dhahabu [tha-ha-boo]   -   Gold

Fedha [Fe-tha]   -   Silver

Made in the USA
San Bernardino, CA
23 April 2015